ਜੋਜ਼.ਫ਼ ਤੇ ਜੋੜਾਂ ਵਾਲ

Joseph and his jointed camel

Cambridge University Press with

Jennie Ingham Associates

ਮਿ. ਮੌਸ ਨੇ ਕਿਹਾ, 'ਜੇ ਤੁਸੀਂ ਕਨਸਰਟ 'ਚ ਸ਼ਾਮਲ ਹੋਣੈ
ਤਾਂ ਡਿਨਰ ਵੇਲੇ ਹਾਲ ਕਮਰੇ 'ਚ ਆ ਜਾਈਓ।'

Mr Moss said, 'Come to the hall at dinner time
if you want to be in the concert.'

ਕਨਸਰਟ ਮਿਸਰ ਦੇਸ ਵਿਚ ਜੋਜ਼ਫ਼ ਬਾਰੇ ਸੀ। ਮਿ. ਮੌਸ ਨੇ ਡੇਵਿਡ ਨੂੰ ਜੋਜ਼ਫ਼ ਬਣਨ ਲਈ ਆਖਿਆ।

The concert was about Joseph in the land of Egypt. Mr Moss asked David to be Joseph.

ਡੇਵਿਡ ਨੂੰ ਗਾਉਣਾ ਪਸੰਦ ਸੀ।
ਇਹਨੂੰ ਆਪਣਾ ਬਹੁਰੰਗਾ ਕੋਟ ਵੀ ਪਸੰਦ ਸੀ।

David liked singing.
He liked his coat of many colours too.

4

ਲੌਰੀਨ, ਟੌਮੀ ਤੇ ਗੁਰਮੇਲ ਨੇ ਪੌਪ ਗਰੁੱਪ ਬਣਾਇਆ ਹੋਇਆ ਸੀ।
ਲੌਰੀਨ ਦਾ ਡੈਡ ਰੌਕ ਗਰੁੱਪ ਵਿਚ ਸੀ।
ਤੇ ਇਹਨੂੰ ਪਤਾ ਸੀ ਕਿ ਕੀ ਕੁਝ ਕਰੀਦਾ ਹੈ।

Lorraine, Tommy and Gurmail were a pop group.
Lorraine's Dad was in a rock group
and she knew what to do.

ਕਲਿੰਟਨ ਫਰਾਊਨ ਬਣਿਆ।
ਇਹਦੇ ਕੋਲ ਡਰੈਸਿੰਗ ਗਾਊਨ ਸੀ, ਜਿਹਦੇ ਪਿਛਾੜੀ 'ਮੈਂ ਮਹਾਨਤਮ ਹਾਂ'
ਲਿਖਿਆ ਹੋਇਆ ਸੀ।
ਬਾਕੀ ਬੱਚੇ ਜੋਜ਼ਫ਼ ਦੇ ਭਰਾ ਬਣੇ।

Clinton was the Pharoah.
He had a dressing gown with 'I am the greatest'
on the back.
The rest of the children were Joseph's brothers.

ਮਿਸਿਜ਼ ਸਕੌਟ ਨੂੰ ਊਠ ਦਾ ਧਿਆਨ ਰਖਣਾ ਪੈਣਾ ਸੀ।
ਇਹ ਏਨਾ ਵੱਡਾ ਸੀ ਕਿ ਇਹਦੇ ਗੱਭੇ ਜੋੜ ਲੱਗਾ ਹੋਇਆ ਸੀ।

Mrs Scott had to look after the camel.
It was so big it had a joint in the middle.

7

ਪੰਜਵੀਂ ਜਮਾਤ ਐਕਟਿੰਗ ਕਰਦੀ ਸੀ।
ਜਦ ਇਹ ਬੋਲ ਭੁਲ ਜਾਂਦੇ
ਤਾਂ ਮਿਸਜ਼ ਸਕੌਟ ਇਨ੍ਹਾਂ ਨੂੰ ਪਿੱਛਿਓਂ ਬੋਲ ਬੋਲ ਦਸਦੀ।

Class Five did the acting.
When they forgot what to say
Mrs Scott had to whisper the words.

ਬਹੁਤ ਸਾਰੇ ਲੋਕ ਕਨਸਰਟ 'ਤੇ ਆਏ।
ਡੇਵਿਡ ਸਟੇਜ 'ਤੇ ਜਾਣਾ ਨਹੀਂ ਸੀ ਚਾਹੁੰਦਾ।
'ਐਨੇ ਸਾਰੇ ਲੋਕਾਂ ਨੂੰ ਤਾਂ ਦੇਖੋ,' ਇਹਨੇ ਮਿਸਜ਼ ਸਕੌਟ ਨੂੰ ਕਿਹਾ।

Lots of people came to the concert.
David didn't want to go on the platform.
'Look at all those people,' he said to Mrs Scott.

9

ਓਰੇਤਸੀਓ ਦਾ ਦੰਦ ਨਿਕਲ ਗਿਆ ਤੇ ਇਹਦੀ
ਨਵੀਂ-ਨਕੋਰ ਦਾਹੜੀ 'ਤੇ ਲਹੂ ਵਗਣ ਲੱਗਾ।
'ਮੈਂ ਤੇਰੇ ਦੰਦ ਦਾ ਧਿਆਨ ਰਖਾਂਗੀ,' ਮਿਸਜ਼ ਸਕੌਟ ਨੇ ਕਿਹਾ।

Orazio's tooth came out and began
to bleed all over his new beard.
'I'll take care of your tooth,' said Mrs Scott.

10

ਡੇਵਿਡ ਨੇ ਪਰਦੇ ਥਾਣੀਂ ਆਪਣੀ ਅੰਮੀ ਦੇਖੀ।
'ਮੇਰੀ ਮੰਮੀ ਆਈ ਹੋਈ ਏ,' ਇਹਨੇ ਮਿਸਜ਼ ਸਕੌਟ ਨੂੰ ਕਿਹਾ।

David saw his Mum through the curtains.
'My Mum's come,' he said to Mrs Scott.

11

ਡੇਵਿਡ ਨੇ ਬੜਾ ਚੰਗਾ ਗਾਇਆ।
ਹਰ ਕਿਸੇ ਨੂੰ ਬੜਾ ਚੰਗਾ ਗਾਇਆ।
ਸਭ ਕੁਝ ਠੀਕ-ਠਾਕ ਚਲ ਰਿਹਾ ਸੀ,
ਪਰ ਜਦ ਮਿਸਜ਼ ਸਕੌਟ ਊਠ ਲੈਣ ਗਈ ਤਾਂ ਮੁਸ਼ਕਿਲ ਆ ਪਈ।

David sang very well.
Everybody sang well.
Nothing went wrong until
Mrs Scott went for the camel.

ਟੌਮੀ ਨੇ ਊਠ ਕੁਰਸੀ ਨਾਲ ਬੰਨ੍ਹਿਆ ਹੋਇਆ ਸੀ।
ਮਿਸਜ਼ ਸਕੌਟ ਨੂੰ ਗੰਢਾਂ ਕਟਣੀਆਂ ਪਈਆਂ।
ਫੇਰ ਇਹ ਊਠ ਸਟੇਜ ’ਤੇ ਧਕ ਕੇ ਲੈ ਗਈ
ਪਰ ਜੋੜ ਨਾ ਖੁਲ੍ਹਿਆ।

Tommy had tied it to a chair.
Mrs Scott had to cut the knots.
Then she pushed the camel
on to the stage - but the joint stuck.

ਸਾਰਿਆਂ ਨੇ ਖਿਚ ਖਿਚ ਕੇ ਜ਼ੋਰ ਲਾਇਆ।
ਅਚਾਨਕ ਜੋੜ ਖੁਲ੍ਹ ਗਿਆ ਤੇ ਊਠ
ਮਿ. ਮੌਸ ਤੇ ਜਾ ਡਿੱਗਾ।

Everybody pulled.
Suddenly the joint opened and
the camel fell - on top of Mr Moss!

ਹੈਡਮਾਸਟਰ ਨੇ ਗਾਉਣ ਵਾਸਤੇ ਬੱਚਿਆਂ ਦਾ ਸ਼ੁਕਰ ਕੀਤਾ।
ਇਹਨੇ ਮਿ. ਮੌਸ ਤੇ ਮੰਮੀਆਂ ਡੈਡੀਆਂ ਦਾ ਵੀ ਸ਼ੁਕਰ ਕੀਤਾ।

The Headmaster thanked the children
for singing so well.
He thanked Mr Moss and the Mums and Dads.

15

ਪਰ ਇਹਨੇ ਜੋੜਾਂ ਵਾਲੇ ਊਠ ਦਾ ਸ਼ੁਕਰ ਨਾ ਕੀਤਾ
ਤੇ ਇਹ ਮਾੜੀ ਗੱਲ ਸੀ
ਕਿਉਂਕਿ ਸਾਰੇ ਨਾਟਕ ਦਾ ਇਹੀ ਤਾਂ ਸਭ ਤੋਂ ਵਧੀਆ ਐਕਟਰ ਸੀ।

But he didn't thank the jointed camel,
and that was a pity
because it was the best part of the play.